ഉയിർപ്പ്

uyirpu
(poems)

•

rethika thilak

•

first edition
august 2019

•

typesetting & published
chintha publishers, thiruvananthapuram

•

cover
vinod mangoes

വിതരണം

ദേശാഭിമാനി ബുക്ക് ഹൗസ്

H O തിരുവനന്തപുരം-695 035
phone: 0471-2303026, 6063026
www.chinthapublishers.com
chinthapublishers@gmail.com

ബ്രാഞ്ചുകൾ

ഹെഡ്ഡാഫീസ് ബ്രാഞ്ച് കുന്നുകുഴി • സ്റ്റാച്യു തിരുവനന്തപുരം • കെ എസ് ആർ ടി സി ബസ് സ്റ്റേഷൻ ആലപ്പുഴ • കെ എസ് ആർ ടി സി ബസ് സ്റ്റേഷൻ എറണാകുളം • മച്ചിങ്ങൽ ലെയിൻ തൃശൂർ • ഐ ജി റോഡ് കോഴിക്കോട് • മാവൂർ റോഡ് കോഴിക്കോട് • എൻ ജി ഒ യൂണിയൻ ബിൽ

CO - 2828 / 5093
ISBN - 978-93-88485-92-0

ഉയിർപ്പ്
(കവിത)

രതിക തിലക്

ചിന്ത പബ്ലിഷേഴ്സ്
തിരുവനന്തപുരം-695 035

രതിക തിലക്

ആർ തിലകന്റെയും രാജേശ്വരി തിലകന്റെയും മകൾ. ഇടുക്കി ജില്ലയിലെ പീരുമേട് സ്വദേശി. ജി എൽ പി എസ് അഴുത, സി പി എം ജി എച്ച് എസ് എസ് പീരുമേട് എന്നിവിടങ്ങളിൽ സ്കൂൾ വിദ്യാഭ്യാസം. ഇപ്പോൾ തിരുവനന്തപുരം യൂണിവേഴ്സിറ്റി കോളേജിലെ മൂന്നാം വർഷ പൊളിറ്റിക്കൽ സയൻസ് ബിരുദ വിദ്യാർത്ഥിനി.

സഹോദരി : ആര്യ തിലക്

ഫോൺ : 9447301677, 9447612194

E-mail : thilakrethika@gmail.com

ഉള്ളടക്കം

പ്രസാധകക്കുറിപ്പ്

വ്യവസ്ഥാപിതമായ എഴുത്തുവഴികളെ നിരാകരിക്കുന്ന കവിതകളാണ് വർത്തമാനകാല കവിതകളിൽ കൂടുതലും പ്രത്യക്ഷപ്പെടുന്നത്. ജനകീയവല്ക്കരിക്കപ്പെട്ട മാധ്യമമായ കവിതാരംഗത്ത് അനവധി പേർ തീക്ഷ്ണമായ കാവ്യ ആഖ്യാനങ്ങളുമായി കടന്നുവരുന്നു. നാം ഇന്നോളം പരിചയിച്ച കാവ്യശീലങ്ങളെ അടിമുടി പൊളിച്ചെഴുതിക്കൊണ്ടാണ് അവരിലോരോരുത്തരും കവിതയെ അവതരിപ്പിക്കുന്നത്. പുതിയ കാലത്തിന്റെ വേറിട്ട ചിന്തകളെയും ഭ്രമകല്പനകളെയും രാഷ്ട്രീയ നിലപാടുകളെയും ആവിഷ്കരിക്കുന്ന കാവ്യാഖ്യാനങ്ങൾ എന്നു വിശേഷിപ്പിക്കപ്പെടുന്ന കവിതകളാണ് *ഉയിർപ്പ്* എന്ന കവിതാ സമാഹാരത്തിലുള്ളത്. രതിക തിലക് എന്ന യുവ കവിയുടെ ദർശനചാരുതയുള്ള ഈ കവിതകൾ പുതിയൊരു വായനാനുഭവം നല്കുന്ന കൃതി എന്ന നിലയിൽ ഏറെ പ്രസക്തമാണ്.

ചിന്ത പബ്ലിഷേഴ്സ്

സമർപ്പണം

എന്റെ വല്യച്ഛൻ
കെ ആർ പുഷ്പാംഗദന്

കവിതയുടെ മന്ത്രസാന്നിദ്ധ്യം

ഏഴാച്ചേരി രാമചന്ദ്രൻ

എണ്ണിക്കൊണ്ട് എഴുപത്തഞ്ചോളം കവിതകൾ, അല്ല, സൂക്തങ്ങൾ പ്രണയസൂക്തങ്ങൾ എന്നു പറയുന്നതാവും ഏറെ നേര്. വ്രതവിശുദ്ധി യോടെ പൂജിച്ചു വാങ്ങിയ ചരടിന്മേൽ അല്ല നേർത്ത താമരനൂലിന്മേൽ ഇവയത്രയും കോർത്തു കെട്ടി കഴുത്തിലിട്ട്, നിലാവും ചുടലച്ചാരവും പൂശി തുള്ളിമറിയുന്ന ഉന്മാദിനിയായ ഒരു മാർകഴി സ്വപ്നം.

മരുഭൂമികൾക്കെല്ലാം അപ്പുറത്തു നിന്ന്, ഒട്ടകച്ചൂരുള്ള സന്ധ്യകളെ വകഞ്ഞു മാറ്റി, നമ്മുടെ കാവ്യാസ്വാദന തൃഷ്ണയുടെ മൺചഷകത്തി ലേക്ക്, പഞ്ചരസ സമൃദ്ധമായ പ്രാണവികാരത്തെ പിഴിഞ്ഞൊഴിക്കുന്ന മായാവിനിയായ ഈ ശ്യാമസത്യത്തെ സൗകര്യത്തിനു വേണ്ടി മാത്രാ നമ്മൾ രതിക എന്നു വിളിക്കുന്നു.

അസൂയപ്പെട്ടിട്ടും ആശ്ചര്യപ്പെട്ടിട്ടും കാര്യമില്ല, പുതിയ തലമുറ അങ്ങനെയാണ്. ഇന്നലെ വരെ നാം ശീലിച്ചും പാലിച്ചും പോന്ന കാവ്യ പരമായ പ്രാർത്ഥനാ വഴികളെയത്രയും തിരസ്കരിക്കാനും പുതിയതു ചിലത് പുണർന്നു വാങ്ങാനും കെല്പുള്ള പ്രതിഭയുടെ, കല്പനയുടെ പുതുതീക്കതിരുകളെ അത്ര വേഗം തിരസ്കരിക്കാനും തമസ്ക്കരി ക്കാനും വയ്യ.

നിന്റെ നെഞ്ചിലെ
കനത്ത രോമക്കാടുകളിൽ
എനിക്കു വീണ്ടും
വഴി തെറ്റുന്നു
ഇല്ല
ഞാൻ തളർന്നിരിക്കുന്നു

ഭൂതം കാവലിരിക്കുന്ന
നിധിയാണ് നീ
എന്റെ ബലിയേ
നിന്നെ നേടിത്തരികയുള്ളൂ (ബലി)

അനുഭവിപ്പിക്കലിന്റെ ഇത്തരം 'ഷോക്ക് ട്രീറ്റ്മെന്റുകൾ' കൊണ്ട് ഈ കാവ്യപുസ്തകം ഒടുവിലോളം സമ്പന്നമാണ്.

മർത്യതയേയും സൂക്ഷ്മനിരീക്ഷണങ്ങളുടെ ഹൃദ്യതയേയും യന്ത്ര ഭീകരത കടിച്ചുകീറി, ചവിട്ടിമെതിച്ച് അപാരതയുടെ അളവുകോൽ തകർത്ത് പടർന്നാടുന്നതിനിടയിൽ പ്രണയസ്തവങ്ങളുടെ മാൻതോലിന്മേൽ ധ്യാനനിമഗ്നമാകാൻ ഈ തലമുറയ്ക്ക് എവിടെനിന്നാണ് സമയം കടം കിട്ടുന്നത്. "നിലാവിലുമുറക്കെ രാത്രികൾ നിലവിളിക്കില്ല." എന്ന നൊമ്പരസൂക്തം ജപിച്ചുണർത്താൻ ഈ കവിക്കു കഴിയുന്നത് ആരുമറിയാതെ, അനന്തതയോടെ സല്ലപിക്കുന്ന, അപാരതയോട് സമരസപ്പെടുന്ന, സൂഫി മനസ്സ് മറ്റാരുമറിയാതെ സൂക്ഷിക്കുന്നതിനാലാകാം.

പുതുമുറക്കാരിയായ ഈ പുതുമുളയുടെ റോൾമോഡൽ ആരെന്ന് പലമട്ടിൽ തിരിച്ചും മറിച്ചും ചിന്തിച്ചു നോക്കി. മല്ലാർമേയിൽ തുടങ്ങി ഹിമാലയം വഴി ടാഗോറിലെത്തി 'ജി'യിലൂടെ മലയാളത്തിലേക്കു പടർന്നു കയറിയ യോഗാത്മകതയുടെ രുദ്രാക്ഷച്ചൂരുള്ള അക്ഷരങ്ങളാകുമോ ഈ തപസ്വിനി തന്റെ പ്രണയമന്ത്രങ്ങൾക്കായി തെരഞ്ഞെടുത്തത്?

ലോർക്കയുടെയും ജിബ്രാന്റെയും മഴനിലാവു മണക്കുന്ന സഞ്ചാര വഴികളിൽ എവിടെയെങ്കിലും ഈ യോഗിനിയുടെ മുഖം കാട്ടിലെ ഇടിഞ്ഞു പൊളിഞ്ഞ ക്ഷേത്രഭിത്തിയിൽ കണ്ടിട്ടുണ്ടാകുമോ? അതോ കമലയിലൂടെ ബൃന്ദയിലെത്തി നില്ക്കുന്ന കാതരതയുടെ കാവൽക്കാരിയോ?

വെറുതെ ഏതെങ്കിലും സർപ്പഗോത്രത്തിലെ ബീവിയോട് ചേർത്തു നിർത്തി ഈ കവിയെ 'ശവപരിശോധന'യ്ക്കു വിധേയമാക്കുന്നതിനേക്കാൾ, തിരുമുറിവുകളുടെ വസന്ത ശോണിതത്തിൽ മുഴുകിനിവർന്ന് ജ്ഞാനസ്നാനപ്പെട്ട ഈ മഗ്ദലയെ, മീരയെ, സ്വത്വാധികാരത്തിന്റെ വെള്ളിടിപ്പുലർച്ചയിൽ കുളിച്ചുതുള്ളുന്ന ഏകവേണിയായ പ്രവാഹിനിയായിത്തന്നെ പകർത്തിയെഴുതുകയാകും നല്ലത്.

കാട്ടാളന്റെ
തീ പടർന്ന
കവിതയാണ്

പ്രണയമെന്ന് നീ
പറഞ്ഞിരുന്നില്ല (തീവ്രം)

ഒപ്പമെത്താനാകാതെ
ഓർമ്മകൾ
പിന്നിൽ
ഒച്ചയില്ലാതെ വീഴുന്നു (നിശ്ശബ്ദത)

രാത്രി നെടുവീർപ്പിടുന്നു
ഭ്രാന്തു സൂക്ഷിച്ച
പളുങ്കുപാത്രത്തിന്റെ
വക്കുടയുന്നു (നെടുവീർപ്പ്)

കലാലയച്ചുമരുകൾക്കുള്ളിൽ അഗ്നിച്ചിറകുകൾ വീശി ചരമഗതിയാവേണ്ട പ്രാണസൂക്തങ്ങളല്ലിവ. അതിനുമപ്പുറം തിരകൾ തകർത്ത തീരങ്ങളിൽ മുനിഞ്ഞു കത്തുന്ന കാവൽ വിളക്കുകൾക്ക് എണ്ണ പകരാനാകുന്ന ഉജ്ജീവനമന്ത്രങ്ങളായി ഇവ വിരിയേണ്ടതുണ്ട്. മലയാള കവിത സ്വത്വ പ്രസന്നതയാൽ തിളങ്ങി നിന്ന കാലം മുതൽക്കേ, പേരെടുത്തു പറഞ്ഞാൽ കുമാരനാശാന്റെ കാലം മുതൽക്കെങ്കിലും ദാർശനികതയുടെ കരിമരത്തുണ്ടുകൾ കവി ഹൃദയങ്ങളുടെ അകവിതാനങ്ങൾകടന്ന് ഉപരിതലത്തിലെത്തി പുകഞ്ഞ് സുഗന്ധം പരത്തുന്നുണ്ടായിരുന്നു.

ഭാവസ്ഥിരങ്ങളായ ജനനാന്തര സൗഹൃദങ്ങളെപ്പറ്റി പാടിയ കാളിദാസൻ മുതൽക്കുള്ള സമസ്തരുദിരാനുസാരികളും ഈ സങ്കട ഗോത്രത്തിൽ അന്തിയുറങ്ങാതിരുന്നിട്ടില്ല.

"വേദനിക്കിലും വേദനിപ്പിക്കിലും
വേണമീ സ്നേഹബന്ധങ്ങളൂഴിയിൽ"

എന്ന് അഴൽപ്പെട്ട ഒ എൻ വിയും അവധൂതനെപ്പോലെ അലഞ്ഞ അയ്യപ്പനും ഒക്കെ ആത്യന്തികമായി സ്നേഹത്തിന്റെ അഴൽവിഴുങ്ങിപ്പക്ഷികൾ തന്നെയായിരുന്നല്ലോ.

ഞാൻ
ഉന്മാദിനിയായ
ഒരു ശലഭമാണ്.
നുകർന്ന
പൂവിന്റെ

രതിക തിലക്

നിറം കൂടി
മോഷ്ടിച്ചെടുത്തവൾ (കവർച്ച)

ഇതിനേക്കാൾ സത്യസന്ധമായ, വാക്കിന്റെ വക്കിൽ ചോരകിനിയുന്ന, ഒരു സത്യവാങ്മൂലം ആർക്കാണ് സമർപ്പിക്കാനാകുക. ഇത്തരം വഴിയോര വയൽപ്പൂക്കളെ തൊട്ടു നടക്കുമ്പോൾ മാധവിക്കുട്ടിയേക്കാൾ പുതുതലമുറയിലെ ഇ സന്ധ്യയോടാണ് രതികയ്ക്ക് ഗോത്രച്ചാർച്ച എന്നു തോന്നിപ്പോകുന്നു.

"ഇതിനായെന്നോ ഞാനിക്കടലിതി-
ലലവതു നോവു പൊറുക്കുവതെന്നാ-
ലറിയാത്തതുതേടുന്നീലെന്റെ വെളിച്ചം
നിത്യമതൊന്നേപോരും."

എന്ന് കഴിഞ്ഞ നൂറ്റാണ്ടിന്റെ മദ്ധ്യത്തിൽ നിലവിളിയുടെ സ്വരവിതാനത്തോടെ, രാഗചാരുതയോടെ പാടി നിറഞ്ഞ സുഗതകുമാരി ടീച്ചറും പിന്നാലെ വന്ന ഒ വി ഉഷയും ഒക്കെ കരൾച്ചിറകിന്മേൽ തുളഞ്ഞുകയറിയ കൂരമ്പുവലിച്ചൂരാനാകാതെ കാതരമാം വിധം പാടിപ്പിടഞ്ഞവരാണ്.

അവരുടെ പാട്ടുവഴിയിൽ നിന്ന് തെല്ലുമാറിയാണ് സഞ്ചരിക്കുന്നതെങ്കിലും കത്തുന്ന വെയിൽപ്പാനീയം മൊത്തിക്കുടിച്ച കരളും കല്പനയും പൊള്ളിക്കുന്ന പീഡിതാത്മാക്കളുടെ ഗോത്രപാരമ്പര്യമാണ് രതികയേയും കെടാതെ കാക്കുന്നത്.

ഒന്നേ വേണ്ടൂ

"നോവു തിന്നും കരളിനേ പാടുവാ-
നാവു നിത്യമധുരമാ,യാർദ്രമായ്"

എന്ന് 'ജി' പഠിപ്പിച്ചത് മറക്കേണ്ട. ജീവിതത്തിന്റെ പാനപാത്രം സ്വയം തകർക്കുകയുമരുത്. മേൽക്കുപ്പായക്കീശ നിറയെ ഭാരമുള്ള കരിങ്കൽച്ചില്ലുകൾ നിറച്ച് തെംസ് നദിയുടെ അത്യഗാധതയിലേക്ക് നേരു തേടി ഇറങ്ങിപ്പോയ ഒരാൾ പടിഞ്ഞാറൻ നാട്ടിൽ- വെർജീനിയാ വുൾഫ്. നൊമ്പരങ്ങൾ സമസൃഷ്ടികളെ പാടിയുണർത്താനുള്ള അഴൽചിന്തുകളാണെന്ന നേരിനെ കൈവിടേണ്ട. അപ്പോഴാണ് കവിതയുടെ സ്വയംഭൂസ്വത്വം ലാവണ്യ ദർശനമാകുന്നത്.

രതികയുടെ വഴി ഇന്നോളം പിഴച്ചെന്നു തോന്നുന്നില്ല. ഒന്നുകൂടി അകമിഴിത്തിളക്കത്തിനു മൂർച്ച കൂട്ടണമെന്നേ പറയാനുള്ളൂ. ഉടഞ്ഞ ശംഖുമണിത്തുണ്ടങ്ങൾകൊണ്ടും മയിൽപ്പീലിക്കണ്ണുകൾകൊണ്ടും

വളത്തുണ്ടുകളും കണ്ണാടിമുറികളും കൊണ്ടും രമ്യ ശില്പങ്ങൾ രചിക്കാറില്ലേ. എങ്കിൽ ഭഗ്നമോഹങ്ങൾ കൊണ്ടും അതായിക്കൂടേ, അപ്പോൾ ചരിത്ര വിദ്യാർത്ഥികൾ വിസ്മയപ്പെട്ടു നോക്കിനില്ക്കും. അവർ പതുക്കെ മൊഴിയും.- "സഫലമീ യാത്ര"

ദർശന ചാരുതയുള്ള ഈ വളപ്പൊട്ടുകളെ ശംഖുമണിത്തിളക്കങ്ങളെ മിഴിനീർത്തോറ്റങ്ങളെ, അവതരിപ്പിക്കാനായതിൽ അത്യധികം ചാരിതാർത്ഥ്യം. നന്മകൾ നേരുന്നു.

ഉയിർപ്പ്

ആകാശമളന്ന്
ചിറക് കുഴഞ്ഞ
ഭ്രാന്തൻ പക്ഷിയുടെ
തൂവൽകൊണ്ട്
മഴകൊത്തി
കൊക്കടർന്ന് ചിതറിയ
ചോരകൊണ്ട്
എന്നെ മുഴുമിപ്പിക്കുക
പറക്കലിന്റെ നിശ്വാസം
ഉതിർക്കുമ്പോഴെല്ലാം
പിടയുന്ന നെഞ്ചിലേക്കാ
ചോര നിറയ്ക്കുക.

രതിക തിലക്

അടിമ

എത്ര
മോചിപ്പിച്ചാലും
നിന്നിലേക്ക് തന്നെ
മടങ്ങിയെത്തുന്ന
അടിമയാണ്
പ്രണയമേ
ഞാൻ.

ചുണ്ടുകൾ

ഉയിര്
കുടിച്ച
ചുണ്ടിലൊരു
ചിറകടി
കേൾക്കുന്നു.

രതിക തിലക്

മിടിപ്പുകൾ

നീ,
ഹൃദയത്തിന്റെ
ഒത്തനടുക്ക്
നട്ട മുൾച്ചെടി
മിടിപ്പിൽ
മൂർച്ചയിറക്കി
ചോര വാർത്തുന്നു.

അമ്പുകൾ

അകവും പുറവും
സ്നേഹത്തിന്റെ
കൊടും വിഷം
പുരട്ടി
അന്യോന്യം
നാം
എയ്തു
വീഴ്ത്തുന്നു.

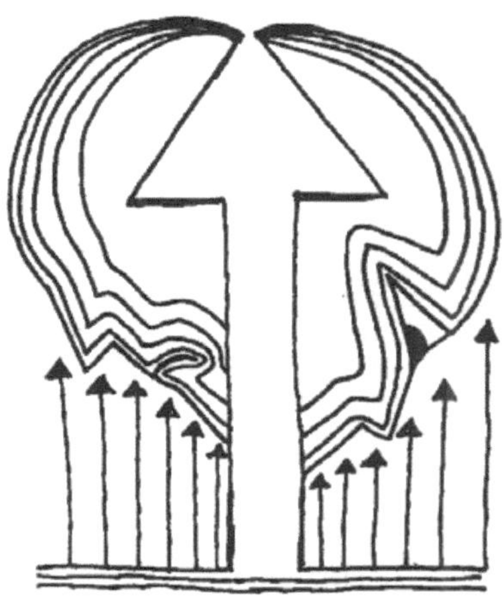

രതിക തിലക്

സ്പർശം

ഒരു
വിരലിനപ്പുറം
എന്റെ വിഷാദത്തിന്റെ
വേരാണ്ട
ഞരമ്പിൻ
കാടുകൾ
ഉറങ്ങിക്കിടക്കുന്നു.

നെരിപ്പോട്

മുറിവേറ്റവളിൽ
കനലിന്റെ
ഹൃദയം
തുന്നപ്പെട്ടിരിക്കുന്നു.

രതിക തിലക്

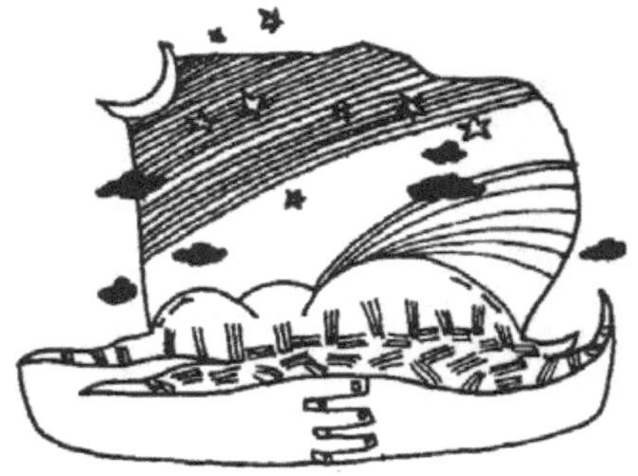

രാത്രികൾ

ഇരുളും
ആകാശവും
പുണർന്നുറങ്ങുമ്പോൾ
നക്ഷത്രം
ഈ
ഹൃദയം
തുരക്കുന്നു.

മുറിവുകളുടെ വസന്തം

എന്റെ
മുറിവിലേക്ക്
വേരിറക്കുക,
ചോര നിറം
കൊണ്ട്
ആകാശത്തെ
ചുംബിക്കുക.

രതിക തിലക്

തീക്ഷ്ണം

കത്തുന്ന
പ്രണയമൂറ്റി
ഞാനാ
നക്ഷത്രത്തിനിത്തിരി
വെളിച്ചം
കൊടുക്കുന്നു.

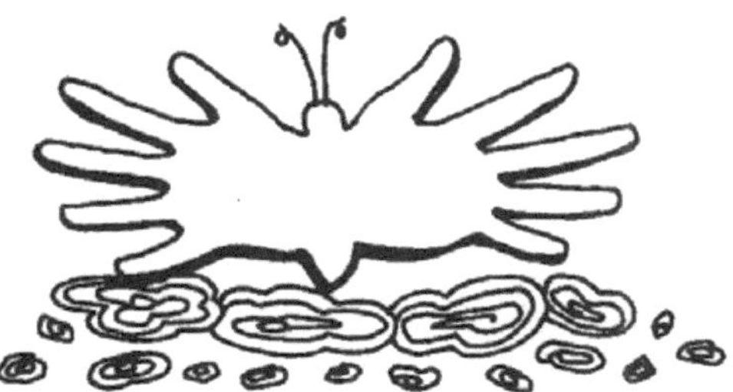

കവർച്ച

ഞാൻ
ഉന്മാദിനിയായ
ഒരു ശലഭമാണ്,
നുകർന്ന
പൂവിന്റെ
നിറം കൂടി
മോഷ്ടിച്ചെടുത്തവൾ.

ചിതാഭസ്മം

നിന്റെ
മെല്ലിച്ച
വിരൽത്തുമ്പിൽ
ഞാൻ എന്റെ
പ്രണയമൂതുന്നു,
ഒരു
കൺ ചിമ്മലിനേക്കാൾ
വേഗത്തിൽ
നീ
കത്തിയമരുന്നു.

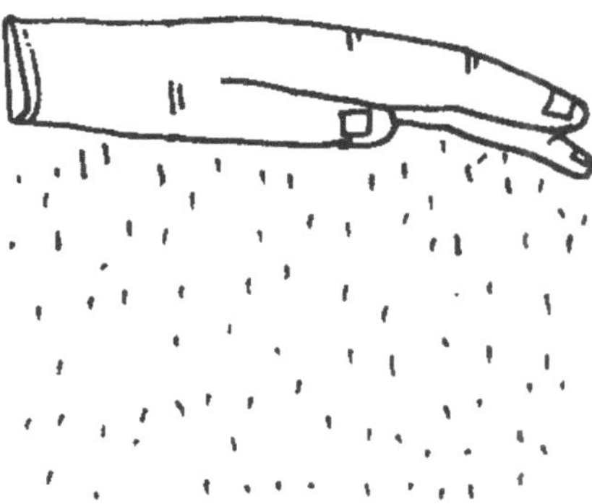

മേഘപ്പൂട്ട്

തനിച്ചിരിക്കുമ്പോൾ
കള്ളത്താക്കോലിട്ട്
ആകാശം
തുറന്ന്
ഞാനെന്റെ
മഴ
പെയ്യിക്കുന്നു.

രതിക തിലക്

ഇരുൾ

വെളിച്ചം
കുടിപ്പിച്ചൊരു
രാത്രിയേയും
മയക്കാതിരിക്കുക,
രാത്രിയുടെ
പ്രാണൻ
ഇരുളു
തന്നെയാവട്ടെ.

കഠാരമുന

സ്നേഹത്തിനുള്ളിൽ
നീ
തിളങ്ങുന്ന കഠാര
പൊതിഞ്ഞിട്ടുണ്ട്,
മാംസം തുളച്ച്,
രക്തം വാർന്ന്,
പിടയുമെന്നറിഞ്ഞിട്ടും
ഞാനതിന്റെ
മുന തേടുന്നു.

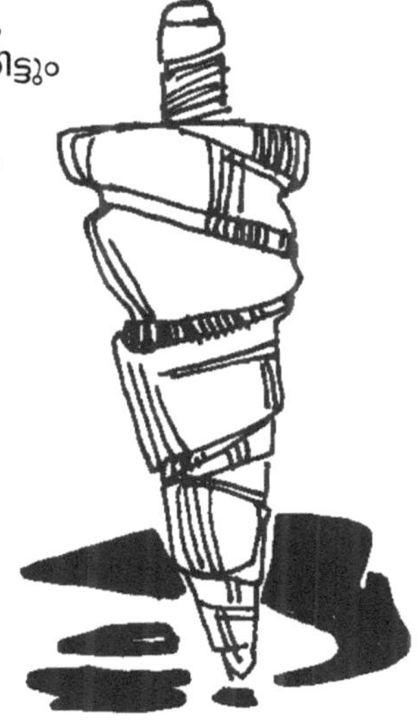

രതിക തിലക്

തൂലിക

കനവ് നെയ്ത്
കുഴിഞ്ഞ കണ്ണ്
മറന്ന്,
പ്രാണനൂറ്റി മരിച്ച
ചുണ്ടില്ലാതെ
ഹൃദയത്തുമ്പൊരു
മുഖം കോറുന്നു.

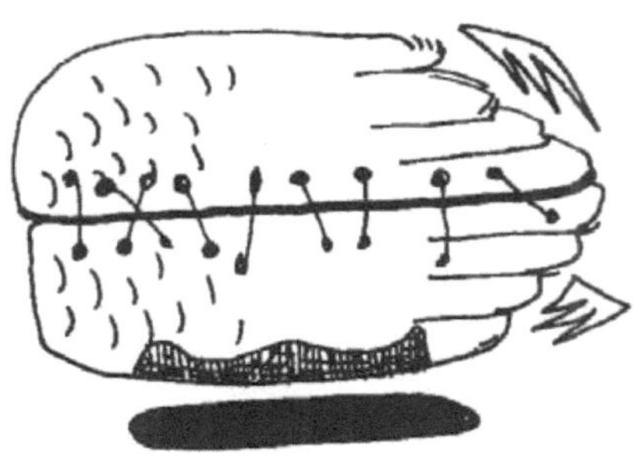

മരണം

ഉയിരിൽ
കൂടു വച്ചുപോയ
കറുത്ത പക്ഷിയെ
കാത്തിരിക്കയായിരുന്നു,
അതിന്റെ
ചിറകടിയിലേക്ക്
ജീർണ്ണിച്ച വേരിനെ
കൊരുക്കുവാൻ,
പറന്നു പോകുമ്പോൾ
നിലം പതിക്കുവാൻ.

രതിക തിലക്

അജ്ഞാതൻ

നീ,
ഇരുളിന്റെ ഗന്ധമുള്ളവൻ,
നിലാവ് തെളിച്ച്
കാർമേഘത്തിന് നീരുട്ടുന്നവൻ,
മഴവില്ലൂറ്റി പൂക്കൾക്ക്
നിറം പുരട്ടുന്നവൻ,
നക്ഷത്രമിറ്റിച്ച്
കടലു നെയ്യുന്നവൻ.

ഋതുഭേദങ്ങൾ

വേദന പെയ്ത്
മരവിച്ച മണ്ണാണ്
ഞാൻ,
ഒറ്റപ്പെടലിന്റെ
വസന്തം
അപഹരിക്കുന്ന
ഋതുക്കൾ
എന്നിലാണ്ട്
കിടക്കുന്നു.

രതിക തിലക്

ഒടുങ്ങൽ

മഴയത്രയും
ദ്രവിച്ച
കരളിലേക്കാണ്,
പെയ്തു തീരുമ്പോൾ
ഞാൻ
കടപുഴകും.

പ്രതീക്ഷ

ഞാനെന്റെ
ഭ്രാന്തുകൾക്ക്
ചായം പുരട്ടി
കാറ്റിൽ
പറത്തട്ടെ,
അതൊരു
വസന്തമായി
പുനർജ്ജനിക്കട്ടെ.

രതിക തിലക്

നിറമില്ലാത്ത പൂക്കൾ

ഭ്രാന്തു പൂക്കുന്ന
പാഴ്ച്ചെടിയുടെ
തുടക്കവും ഒടുക്കവും
ഞാൻ മാത്രമാണ്,
നോവാഴങ്ങളിൽ
പടർന്നു പോയ
പ്രാണനെ കൊണ്ട്
ഞാനെന്റെ
നിറമില്ലാത്ത പൂക്കളെ
വിരിയിക്കുന്നു,
നിറമില്ലായ്മ
പൂത്തുലഞ്ഞ്
മരണം മറക്കുന്നു.

തിരിച്ചറിവ്

വരാനിരിക്കുന്ന
നിമിഷങ്ങൾ
ഒരു
ഒടുക്കത്തെ
കാത്ത്
വെച്ചതറിഞ്ഞ്
നമ്മൾ
വീണ്ടെടുക്കാനാവാത്ത
വിധം
ഓരോ
നിമിഷത്തെയും
പ്രണയിച്ചു
കൊല്ലുന്നു.

സഞ്ചാരം

കടലിരച്ച്
കയറും പോലെയാണ്
നമ്മളിരുവരും
ഉള്ളു തേടിയത്,
എന്റെയും നിന്റെയും
കനത്ത മണൽത്തട്ടിലേക്ക്
നീളത്തിലും,
ഉയരത്തിലും
നാം
തിരമാലകളെ
പടച്ചു വിട്ടുകൊണ്ടിരുന്നു,
തിരയിറങ്ങുമ്പോൾ
രക്തം വാർന്ന്
നീലിച്ച മണൽ മാത്രമായി
നമ്മൾ

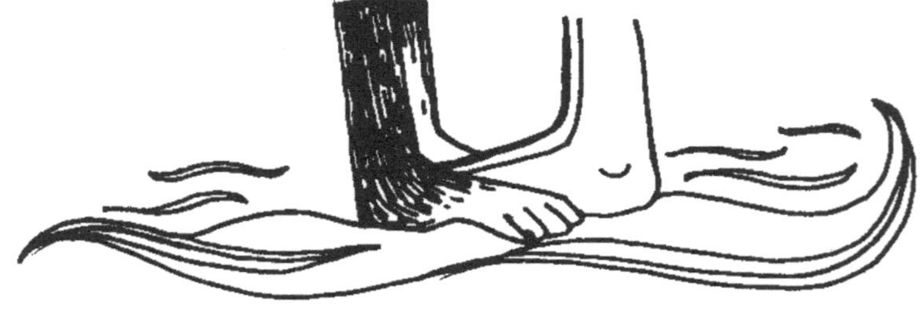

നക്ഷത്രങ്ങൾക്ക് സമാന്തരമായി
അന്യോന്യം
നാം
ഇരമ്പലുകൾക്കായി
കാത്തു നിന്നു,
ഇനിയൊരു
നെഞ്ചിടിപ്പിന്റെ വേഗത്തിൽ
കടലു വറ്റിയേക്കാം
നമ്മൾ
ഒരു മഴയുടെ
രണ്ടിതളുകൾ മാത്രമായി
തങ്ങിനില്ക്കാം.

രതിക തിലക്

നോവിന്റെ വായനകൾ

നോക്കിനില്ക്കേ
ഓരോ മനുഷ്യനും
വായിക്കാനായി
അവരെ തുറന്നു,
ഹൃദയം കൊണ്ടാണ്
വായിച്ചത്,
അവരൊക്കയും
പൂർണ്ണമാകാത്ത
പുസ്തകങ്ങളാണ്,
എഴുതിയിട്ടും
ഒടുക്കം വരാത്തവ,
ഈ ലോകത്തിന്റെ
വിനോദം
അവരെ വായിക്കലാണ്,
ഈ ലോകത്തിന്റെ
കാഠിന്യവും
അവരെ വായിക്കലാണ്.

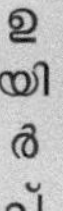

രതിക തിലക്

ഇരുട്ടിന്റെ വെളിച്ചം

ആത്മരക്തം കൊണ്ടാണ്
തോറ്റവനും ജയിച്ചവനും
ഇടയിൽ
നിങ്ങൾ അതിരുകെട്ടിയത്,
അപ്പുറം കടക്കാൻ
മുറ കൂട്ടിയവരെ
കറപുരളുമെന്ന് ഭയപ്പെടുത്തി,
തോറ്റവന്
കണ്ണീരുപ്പുകൊണ്ട്
മരുഭൂമി പണിതു,
ജയിച്ചവന്
വസന്തം കൂടി
തീറെഴുതി,
ഇനി പകലൊന്നൊടുങ്ങട്ടെ
വെളിച്ചം
ജയിച്ചവന് മുദ്രകുത്തിയെങ്കിൽ
ഇരുട്ട്
ഞങ്ങളുടേത് മാത്രമാണ്.

രതിക തിലക്

കല്ലുവെച്ച നുണകൾ

ഞാൻ
ഒരു കല്ലുവെച്ച
നുണയാണ്,
അകത്തെ കൊഴുത്ത
കറുപ്പിനാണ്
ജീവിതമെന്ന
കള്ളപ്പേരിട്ടത്,
ഇരുട്ടിൽ
മിന്നാൻ വന്ന
നക്ഷത്രത്തെ
ഞാൻ തന്നെയാണ്
കെടുത്തിക്കളഞ്ഞത്,
കുരുടന്റെ കണ്ണിലേക്കാൾ
ഇരുട്ടിനെ വെറുത്തുകൊണ്ട്
ഞാൻ തന്നെയാണ്
അതിനെ ഭ്രാന്തമായി
സ്നേഹിച്ചതും.

ഇരമ്പൽ

ഒരായിരം
പുഴകളുടെ
ജഡം കൊണ്ട്
എന്നിലൊരു
കടല് തുന്നിയവനോട്,
ഒഴുകിയാർത്ത
ഭൂപടങ്ങളുടെ
ഇരുളും വെളിച്ചവും
നിറച്ചൊഴുകിയ
പുഴയെയാവണം
എന്നിൽ കൊന്നിട്ടത്,
മിന്നൽ വേഗത്തിൽ
നാൾ മുഴുക്കെ
അതാവണം
ഇങ്ങനെ ഇരമ്പിയാർക്കുന്നത്.

രതിക തിലക്

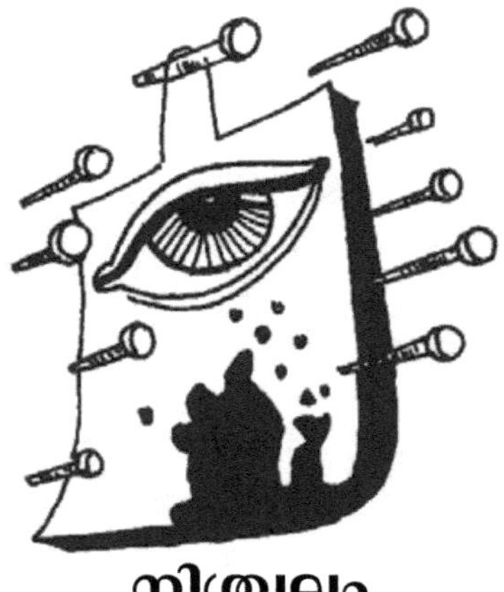

നിശ്ചലം

ആണിയടിച്ചു തൂക്കപ്പെട്ട
നിമിഷത്തിന്റെ ഒരു
ദിവസത്തെ കാത്തിരിക്കാം,
മുറിഞ്ഞൊഴുകുമ്പോൾ
രക്തത്തിനു മുന്നേ
ഊറിയ സ്നേഹം
കത്തിമുനയെ വിഴുങ്ങുന്നുണ്ടാവും
ആ നിമിഷം
മതിയെന്നു തോന്നുമ്പോൾ
ഊരിയെറിയാം
ഒരു ചെറുദ്വാരമെപ്പോഴും
കണ്ണാഴങ്ങളിൽ
നിമിഷങ്ങളെ
കാത്തുവെക്കും.

ഏകം

നിറങ്ങൾ
ഉരുകിയൊലിക്കുന്നൊരു
നിമിഷത്തെ ഓർക്കൂ,
പെരുമഴപ്പെയ്ത്തോർപ്പിച്ച്
ആകാശനീല
താഴേക്ക് ഊർന്നിറങ്ങുന്നത്,
ഇലപ്പച്ചകൾ
അവയ്ക്കിടയിലേക്ക്
തള്ളിക്കയറുന്നത്,
എണ്ണിത്തീരാത്തത്ര
പൂ നിറങ്ങൾ
അവയെ തോല്പിക്കുന്നത്,
ഒരായിരം ഉടൽ നിറങ്ങൾ
ഒരുമിച്ചൂർന്ന്
തറയിലിറ്റുന്നത്,
ഒടുവിലൊരു ഇണചേരലിനെ
ഓർപ്പിച്ചവ
ഒരു പുഴയാകുന്നത്,
ഒഴുകുന്നത്,
മരിക്കുന്നത്,
അന്നു നാം
എങ്ങനെ നിറങ്ങളെച്ചൊല്ലി
കലഹിക്കാനാണ്.

ബലി

നിന്റെ നെഞ്ചിലെ
കനത്ത രോമക്കാടുകളിൽ
എനിക്ക് വീണ്ടും
വഴി തെറ്റുന്നു,
ഇല്ല,
ഞാൻ തളർന്നിരിക്കുന്നു,
ഭൂതം കാവലിരിക്കുന്ന
നിധിയാണ് നീ,
എന്റെ ബലിയേ
നിന്നെ നേടിത്തരികയുള്ളൂ.

പ്രതികാരം

ഒരു പൂവിനേയും
നുള്ളി എറിയരുത്
പിന്നീടവ
നുള്ളിയെറിയാൻ
കഴിയാത്തത്ര
പൂക്കളുടെ
വസന്തവുമായി
വരും.

നിലവിളി

നിലാവിലുമുറക്കെ
രാത്രികൾ
നിലവിളിക്കില്ല.

പൊയ്മുഖങ്ങൾ

വന്നു പോയവരും
തങ്ങി നില്ക്കുന്നവരും
വരാനിരിക്കുന്നവരും
കേവലം
ആവർത്തനങ്ങൾ
മാത്രമാണ്,
രൂപം മാറി
അവർ നമ്മെ
കബളിപ്പിക്കുന്നു.

രതിക തിലക്

സ്നേഹം

ഇടവേളകളില്ലാതെ
ഞാൻ
എല്ലാ മനുഷ്യരേയും
സ്നേഹിക്കുന്നു,
ശ്വസിക്കുവാൻ കൂടി
എനിക്ക്
സമയമില്ലാതായിരിക്കുന്നു.

കീഴടങ്ങൽ

പ്രണയത്തിനും വെളിച്ചത്തിനും
മാത്രമേ എന്നിലേക്ക്
കടക്കാനാകൂ
അവയ്ക്കു മാത്രമേ
ഞാൻ കീഴടങ്ങുകയുള്ളൂ.

സ്നേഹിതൻ

സ്വപ്നം കൊണ്ടെന്നെ
മുലയൂട്ടിയ,
ശരീരം കൊണ്ടെന്നെ
താരാട്ടിയ,
പ്രിയപ്പെട്ടവനെ,
എന്റെ രക്തം
വറ്റുവോളം
എന്നെ നീ
പാനം ചെയ്യുക.

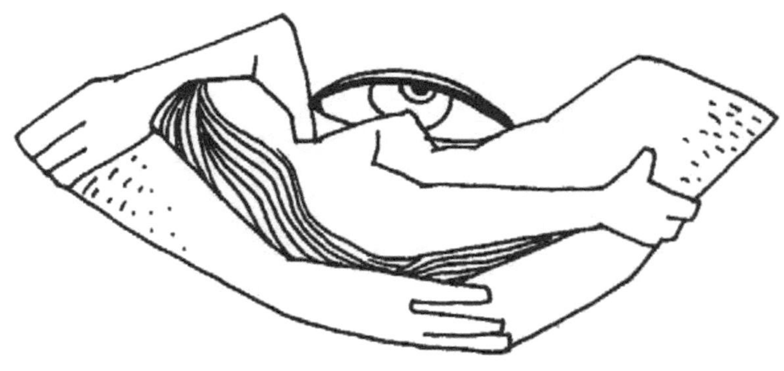

ആനന്ദം

കാഴ്ചയ്ക്കപ്പുറം
നിന്നെ നിറയ്ക്കാൻ
ഒരാകാശം പണിയട്ടെ?
നിന്റെ നിറം
കൊണ്ടതിനെയെനിക്ക്
മത്തു പിടിപ്പിക്കണം,
നിന്റെ കണ്ണീരുപ്പ്
കൊണ്ടവിടെയെനിക്ക്
മഴ പെയ്യിക്കണം,
നിന്റെ വിയർപ്പ്
കൊണ്ടവിടെയെനിക്ക്
മഞ്ഞു വീഴ്ത്തണം,
ഒടുവിൽ,
നിലാവു മാത്രം മുറിച്ചെടുത്ത്
നിനക്കീ ആകാശം
തരാം.

ഏറ്റുവാങ്ങൽ

മഴയേക്കാൾ
ഓർമ്മിക്കപ്പെടേണ്ടത്
മഴയേറ്റ്
നെഞ്ച്മുറിഞ്ഞ
മണ്ണാണ്.

മേഘങ്ങൾ

ആറിത്തണുത്ത
മഴമേഘങ്ങളാണ്
ആത്മാവില്ലാത്ത
ഓരോ ചുംബനവും.

രതിക തിലക്

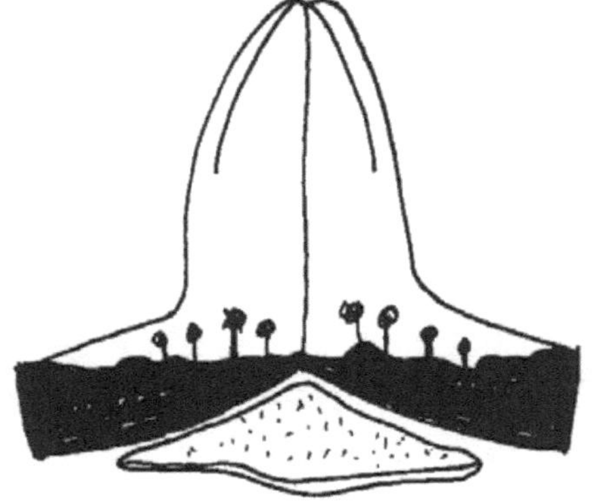

നന്ദി

നന്ദി,
പെയ്തു തോല്പിച്ച
മഴയോട്,
വരണ്ടു തോല്പിച്ച
വേനലിനോട്,
നിറം തൂകി തോല്പിച്ച
പൂക്കാലത്തോട്.

പ്രണയം

തീയേക്കാൾ
മൂർച്ചയുള്ള
ഒന്നിനെ
രണ്ടു ഹൃദയങ്ങൾ
തമ്മിലുരച്ച്
കണ്ടെത്തിയിരിക്കുന്നു.

രതിക തിലക്

തീവ്രം

കാട്ടാളന്റെ
തീ പടർന്ന
കവിതയാണ്
പ്രണയമെന്ന്
നീ പറഞ്ഞിരുന്നില്ല,
ലിപിയില്ലാതെ
ഏതോ നിഗൂഢതയിൽ
നിന്നാണത്
ഉറവ പൊട്ടിയതെന്നും
നീ ഓർമ്മപ്പെടുത്തിയില്ല,
ഇനി ഞാൻ
ഏത് കാട്ടരുവിയാകണം,
കാട്ടുപൂവാകണം,
ഏത് മൃഗത്തിന്റെ
കാൽപ്പാടാകണം.

ഒറ്റമരം

കൂടില്ലാത്ത
കൂട്ടില്ലാത്ത
പക്ഷീ,
ഇതു വഴി...
ഇവിടെയൊരു
നോവിന്റെ കൂടുണ്ട്
കരളിന്റെ കൂട്ടും.

രതിക തിലക്

അനന്തം

രാത്രികളെല്ലാം
അനന്തതയുടെ
ചൂരുള്ള
നിന്റെ കണ്ണുകളെ
ഓർമ്മിപ്പിക്കുന്നു,
നിലാവിന്റെ മുറിയിൽ
നിന്റെ കിതപ്പുണരുന്നു.

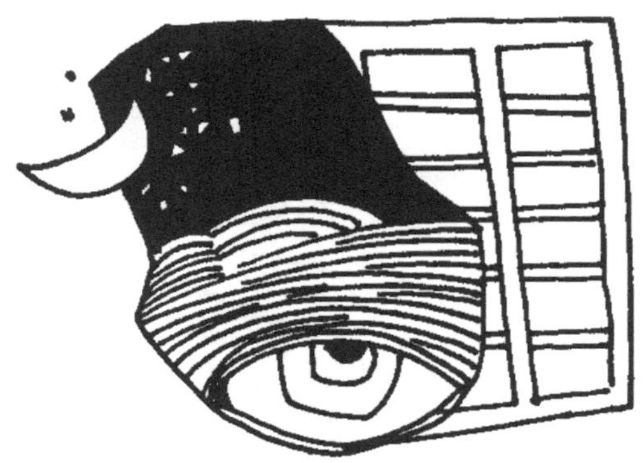

നെടുവീർപ്പ്

രാത്രി നെടുവീർപ്പിടുന്നു,
ഭ്രാന്തു സൂക്ഷിച്ച
പളുങ്കു പാത്രത്തിന്റെ
വക്കുടയുന്നു.

രതിക തിലക്

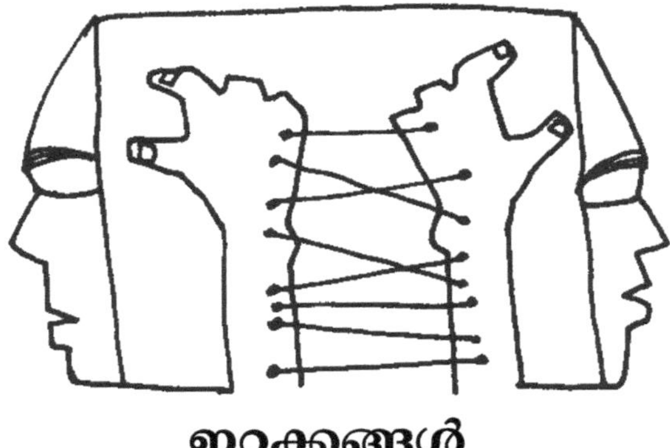

ഇറക്കങ്ങൾ

ഏറ്റവും മനോഹരമായ
തിരിച്ചുപോക്കുകൾ
ഏറ്റവും നല്ല
മനസ്സുകളിൽ
നിന്ന് തന്നെ.

ഉടലുകൾ

നാം ചുണ്ടുകളെ
ഉടലാക്കി
ചുംബനത്തിന്റെ
മുൾപ്പടർപ്പേറുന്നു.

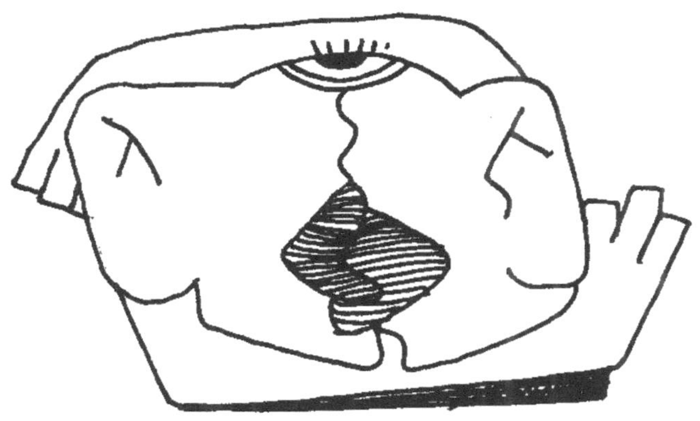

രതിക തിലക്

ജന്മം

മരവിച്ച വാക്കുകൾ
നിന്റെ ചൂടിലേക്ക്
തോണിതുഴഞ്ഞ്
കവിത കൊത്തുന്നു
പിടഞ്ഞ്
നീയതിന്
ജീവനോതുന്നു.

നീ

നിന്നെയോർക്കുമ്പോൾ
നനഞ്ഞ രാത്രിയും
കവിത മോന്തുന്നു,
ചുട്ടു പൊള്ളുന്നു,
കരളിലൊരു ചീള്
തറഞ്ഞു കയറുന്നു.

രതിക തിലക്

തേങ്ങൽ

പൊത്തിവെച്ചിട്ടും
വിരലിലൂടെന്റെ
ഹൃദയം പൊട്ടിയൊലിക്കുന്നു,
നോവ് നുറുങ്ങിയ
തേങ്ങൽ
നിന്റെ കാതു തേടുന്നു.

ഉന്മാദം

നിന്റെ കാൽവിരലുകളിൽ
ചുണ്ടമർത്തവേ
എന്നിൽ മഴയൊഴിഞ്ഞ
മേഘത്തിന്റെ
ആലസ്യം,
നിന്നെ നെഞ്ചിൽ പടർത്തവേ
ഉന്മാദത്തിന്റെ തുടുപ്പ്.

രതിക തിലക്

നിഴലീണങ്ങൾ

ഏകാന്തതയുടെ
കുഴിമാടങ്ങളിൽ
നിന്റെ നിഴൽ പൂക്കുന്നു
ചിതലരിച്ച
ഈണമുണരുന്നു.

ഉറവ

പുഴുവരിച്ച
കിനാവിപ്പോഴും
ഒഴുകിയാർക്കുന്നു
കവിത നീട്ടുന്നു.

രതിക തിലക്

മുൻപേ

ആളിപ്പടരും മുൻപേ
പ്രണയമേ
ഒരു മേഘക്കീറ്
കരുതാമായിരുന്നില്ലേ?
കൂടണയും മുൻപേ
വഴിയിലൊരു
തൂവൽ
പൊഴിക്കാമായിരുന്നില്ലേ?

കരൾപ്പാട്

കൂട്ടുകാരാ...
നിന്റെ വാതിലിൽ
എന്റെ വിരൽപ്പാട്
തിരയരുത്
അതിലെന്റെ
കരൾപ്പാട് മാത്രമേ
ബാക്കിയുള്ളൂ.

രതിക തിലക്

നേരങ്ങൾ

ഇപ്പോൾ
എന്റെ രാത്രിയിൽ
പകലിന്റെ ഭാരം,
നിന്റെ നട്ടുച്ചയിൽ
സന്ധ്യയുടെ വിയർപ്പ്.

അഭയം

ലഹരീ
നിലാവിലുരുകിയൊരു
നക്ഷത്രത്തെ
തൊടുക്കട്ടെ,
ഈ രാത്രി
നിന്നിലതിന്
കുളിരു
കൊടുത്തേക്കൂ.

രതിക തിലക്

ഒന്നുകൂടി

പ്രിയപ്പെട്ടവനേ...
നിനക്കൊന്നു കൂടി
രുചിക്കാം,
വെന്തവാക്കിന്റെ
പൊള്ളലറിയും വരെ,
അടർന്ന പ്രാണന്റെ
നീറ്റലറിയും വരെ,
ഒന്നു കൂടി.

അറിയാതെ

നിശ്ചലമാകുന്ന
നിമിഷങ്ങളുമുണ്ട്
കാറ്റേ,
എത്ര നിമിഷമങ്ങനെ
നിന്നെ
കടന്നുപോയിരിക്കുന്നു,
എത്ര നിമിഷത്തേയങ്ങനെ
നിന്നെയൊളിച്ചു
കടത്തിക്കൊണ്ടിരിക്കുന്നു

ആത്മഹത്യ

നിറഞ്ഞു തുളുമ്പിയ
ഒറ്റ മരത്തിന്റെ
വേദനയാണിപ്പോൾ
ശിശിരം എന്നു
ആത്മഹത്യാക്കുറിപ്പെഴുതി
അതിതിലേ
കടന്നു പോകുന്നു.

തടവ്

ശ്വാസമില്ലാത്ത കവിതയിലെ
വാക്കിന്റെ പിടച്ചിൽ,
ഇരുളിന്റെ അതിർത്തിയിലെ
വെളിച്ചത്തിന്റെ പിടച്ചിൽ,
കൊള്ളയടിക്കപ്പെട്ട
നിന്റെ ആത്മാവിലെ
എന്റെ പിടച്ചിൽ
എല്ലാം ഒന്നു തന്നെ.

രതിക തിലക്

മറ്റെന്ത്

നിനക്കിപ്പോൾ
മഴയെന്ന് പേര്,
പെയ്ത് പെയ്ത്
ഏകാന്തതയുടെ
കുന്നിറക്കുന്നവനെ
മറ്റെന്ത് വിളിക്കാൻ.

ഉടൽച്ചില്ല്

ഏറ്റവും വീര്യമുള്ള
വീഞ്ഞ്
നിന്റെ ചുണ്ട്
തന്നെ,
വിശേഷപ്പെട്ട ചില്ലുപാത്രം
നിന്റെ
ഉടൽ തന്നെ.

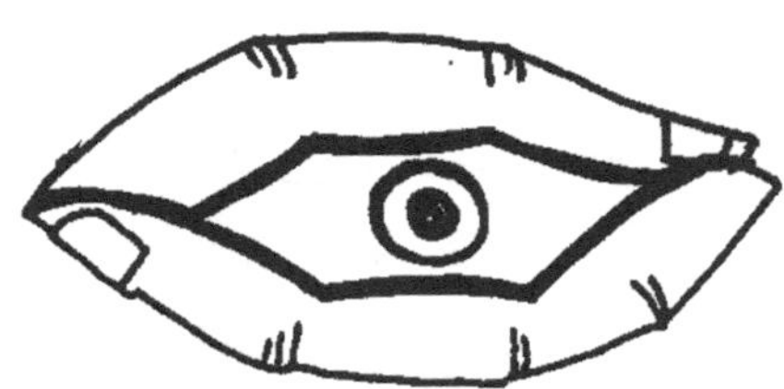

മൗനം

ഇവിടെ നിന്റെ
വിരൽത്തുമ്പുകൾക്ക്
ഉരിഞ്ഞെടുക്കാവുന്ന
നിലവിളിയിലും
അധികം
നിന്റെ കൺപീലികൾക്ക്
മുറിച്ചെടുക്കാവുന്ന
മൗനങ്ങളാണ്.

പങ്ക്

നിലവിളിയുടെ പേറ്റുനോവാണിപ്പോൾ,
അടുത്ത നിമിഷം
ഞാനൊരു നിലവിളിക്ക്
ജന്മം കൊടുക്കും,
അതിന് കണ്ണീരിന്റെ
നിറമായിരിക്കും,
വേദനയുടെ മണമായിരിക്കും,
ഭ്രാന്ത് കൊണ്ടതിന്
മുലയൂട്ടും,
വറ്റുമ്പോൾ ഒരു
തേങ്ങൽ
ചെവി തുളച്ചിരിക്കും,
കരള് കൊത്തിപ്പറിച്ചവർക്കതിനെ
പങ്കിട്ടു കൊടുക്കണം,
തുന്നിച്ചേർത്തവന്
താരാട്ട് കൊടുക്കണം.

രതിക തിലക്

ജനാലവെട്ടങ്ങൾ

മുറിയിൽ
ചിറകടിക്കുന്ന
മൗനത്തിന്
വഴി തെളിക്കാൻ
ഇരുൾ മുറിഞ്ഞൊരു
വെളിച്ചമുണ്ടാകുമോ?

ഭ്രമം

ഉള്ളിൽ
പൂമണമുടക്കി
ഒരു കാറ്റു കിതയ്ക്കുന്നു,
നനഞ്ഞ പാട്ട് നിറഞ്ഞ
ഒരു കടൽ തുളുമ്പുന്നു.

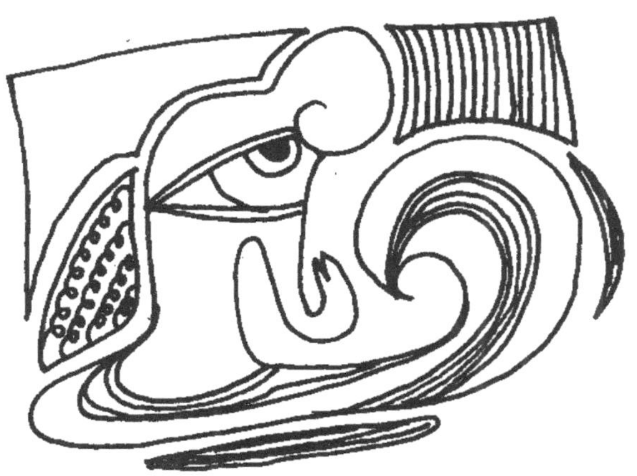

നിശ്ശബ്ദത

ഒപ്പമെത്താനാകാതെ
ഓർമ്മകൾ
പിന്നിൽ
ഒച്ചയില്ലാതെ വീഴുന്നു.

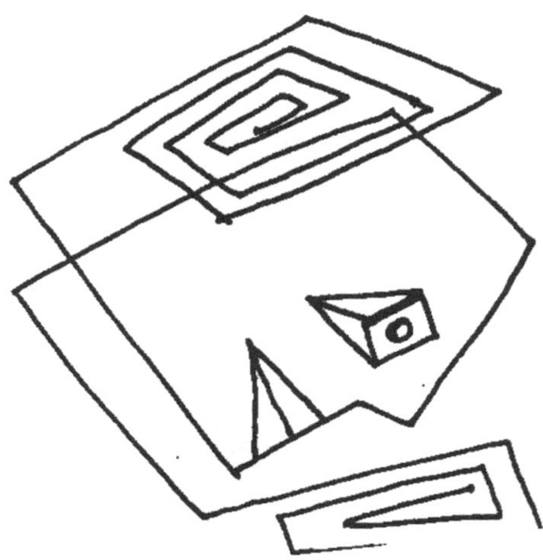

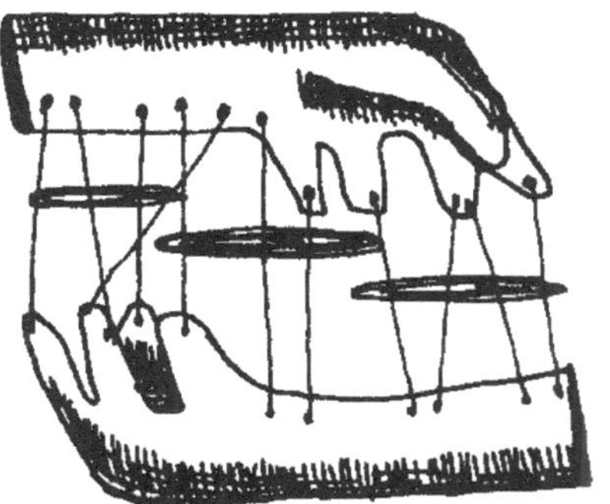

ഉൾച്ചൂട്

തൊലിക്കടിയിലെ
ഇത്തിരി ഇറച്ചിയെ
അവൻ
ഹൃദയമെന്നു
വിളിച്ചു,
അതിന്റെ ചൂടിനെ
പ്രപഞ്ചമെന്നും.

രതിക തിലക്

വേരറ്റൊടുങ്ങൽ

നിറഞ്ഞ പുഴയ്ക്ക്
വരണ്ട മരുവിനെ
ധ്യാനിക്കാനാകുമോ?
ഓർത്തെടുക്കുമ്പോൾ തന്നെ
നിറഞ്ഞ നാഡികൾ
വരണ്ടു പോകയാവാം
കടലിലൊടുങ്ങാതെ
ചുട്ടു പഴുത്ത
മരുവിലേക്ക്
കുതറുകയുമാവാം.

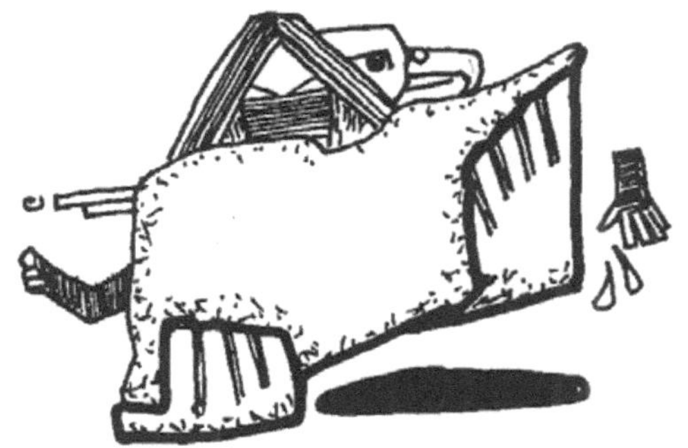

സിറിയ

തീർച്ച,
ചുംബിച്ചു തീരാത്ത
നിന്റെ നെറ്റി തുളയുന്നതിന്
തൊട്ടു മുന്നേ
ആ കുഴലുകളിൽ നോക്കി
നീ ചിരിച്ചിട്ടുണ്ടാവും,
നക്ഷത്ര കണ്ണുകൾ
അതു നോക്കി
കൗതുകപ്പെട്ടിട്ടുണ്ടാകും,
താരാട്ടുറങ്ങുന്ന
നിന്റെ
കാതും തലയും
തകർന്ന്
ചോരചീറ്റുമ്പോഴും
കുഞ്ഞേ,
പാൽമണം മാറാത്ത
നിന്റെ ചുണ്ടുകൾ
ഉള്ളു നീറ്റി
വിടർന്നിരിക്കയാവാം.

ആത്മാവ്

എന്റെ ആത്മാവിന്റെ
ഭൂമിശാസ്ത്രം
നിനക്കന്യമാണ്,
നീ അതിനെ തിരഞ്ഞില്ല,
നിന്റെ കുരുടൻ
ഹൃദയമൊരിക്കലും
എന്റെ ആത്മാവ്
കാണുകയില്ല.

9 789388 485920

Printed by Libri Plureos GmbH in Hamburg,
Germany